AF234506

Impressum
Verlag: BABADADA GmbH, Nedderfeld 112 , 22529 Hamburg
Geschäftsführer / Verlagsleitung: Harald Hof
Druck: Books on Demand GmbH, In de Tarpen 42, 22848 Norderstedt

Imprint
Publisher: BABADADA GmbH, Nedderfeld 112 , 22529 Hamburg, Germany
Managing Director / Publishing direction: Harald Hof
Print: Books on Demand GmbH, In de Tarpen 42, 22848 Norderstedt, Germany

โรงเรียน

школа

ห้องเรียน
класна кімната
หาร
ділити
186/2
กระดาน
дошка
สนามโรงเรียน
шкільний двір
ครู
вчитель
กระดาษ
папір
เขียน
писати
ปากกา
ручка
โต๊ะทำงาน
письмовий стіл
ไม้บรรทัด
лінійка
หนังสือ
книга
นักเรียน
учень

กระเป๋าหนังสือ

ранець

กล่องดินสอ

пенал

ดินสอ

олівець

กบเหลาดินสอ

точило

ยางลบ

гумка

สมุดวาดภาพ

альбом для малювання

2 โรงเรียน - школа

ภาพวาด

малюнок

พู่กัน

пензель

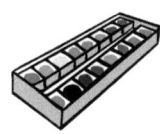

กล่องสี

коробка фарб

กรรไกร

ножиці

กาว

клей

สมุดแบบฝึกหัด

зошит

การบ้าน

домашнє завдання

ตัวเลข

число

บวก

додавати

ลบ

віднімати

คูณ

множити

คำนวณ

рахувати

ตัวอักษร

літера

อักษรพยัญชนะ

абетка

คำ

слово

ข้อความ

текст

อ่าน

читати

ชอล์ก

крейда

บทเรียน

година

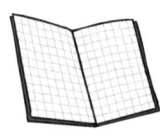

ลงทะเบียน

класний журнал

การสอบ

екзамен

ใบรับรอง

диплом

ชุดนักเรียน

шкільна форма

การศึกษา

освіта

สารานุกรม

лексикон

มหาวิทยาลัย

університет

กล้องจุลทรรศน์

мікроскоп

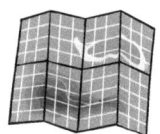

แผนที่

карта

ตะกร้าใส่เศษกระดาษที่ไม่ใช้แล้ว

кошик для паперу

โรงแรม
готель
โฮสเทล
турбаза
สำนักงานแลกเปลี่ยนเงินตรา
обмінний пункт
กระเป๋าเดินทาง
валіза
รถยนต์
автомобіль

ภาษา

мова

ใช่/ไม่ใช่

так / ні

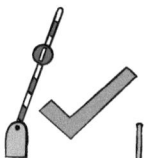

ตกลง

добре

สวัสดี

привіт

นักแปล

перекладач

ขอบคุณ

дякую

ราคาเท่าไหร่...?

Скільки коштує ...?

ฉันไม่เข้าใจ

Я не розумію

ปัญหา

проблема

สวัสดีตอนเย็น

Добрий вечір!

สวัสดีตอนเช้า

Доброго ранку!

ราตรีสวัสดิ์

На добраніч!

แล้วพบกันใหม่

До побачення

ทิศทาง

напрямок

กระเป๋าเดินทาง

багаж

กระเป๋า

сумка

กระเป๋าสะพายหลัง

рюкзак

แขก

гість

ห้อง

кімната

ถุงนอน

спальний мішок

เต้นท์

намет

ข้อมูลนักท่องเที่ยว

туристична інформація

ชายหาด

пляж

บัตรเครดิต

кредитна картка

มื้อเช้า

сніданок

มื้อกลางวัน

обід

มื้อเย็น

вечеря

ตั๋ว

квиток

ลิฟต์

ліфт

แสตมป์

поштова марка

พรมแดน

межа

ภาษีศุลกากร

митниця

สถานทูต

посольство

วีซ่า

віза

พาสปอร์ต

паспорт

ขนส่ง

транспорт

літак
เรือใหญ่
корабель
รถดับเพลิง
пожежна машина
รถโดยสารปร
автобус
รถบรรทุก
вантажний автомобіль
เรือยนต์
моторний човен
จักรยาน/จักรยานยนต์
велосипед
รถยนต์
автомобіль

เรือข้ามฟาก

пором

เรือ

човен

รถจักรยานยนต์

мотоцикл

รถตำรวจ

поліцейська машина

รถแข่ง

гоночний автомобіль

รถเช่า

автомобіль на прокат

การแบ่งกันใช้รถยนต์

ільне користування авто

รถลาก

евакуатор

รถขยะ

сміттєвоз

เครื่องยนต์

двигун

เชื้อเพลิง

паливо

ปั้มน้ำมัน

автозаправна станція

เครื่องหมายจราจร

дорожній знак

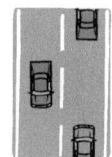

การจราจร

рух

การจราจรติดขัด

затор

ที่จอดรถ

стоянка

สถานีรถไฟ

вокзал

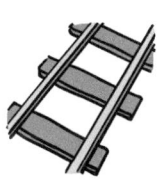

รางรถไฟ

рейки

รถไฟ

потяг

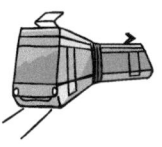

รถราง

трамвай

ตู้รถไฟ

вагон

เฮลิคอปเตอร์

гелікоптер

สนามบิน

аеропорт

หอคอย

вежа

ผู้โดยสาร

пасажир

ตู้บรรจุสินค้า

контейнер

กล่องกระดาษ

коробка

รถเข็น/รถลาก

візок

ตะกร้า

кошик

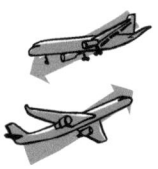

บินขึ้น/ ลงจอด

стартувати / приземлятися

เมือง

місто

หมู่บ้าน

село

ใจกลางเมือง

центр міста

บ้าน

дім

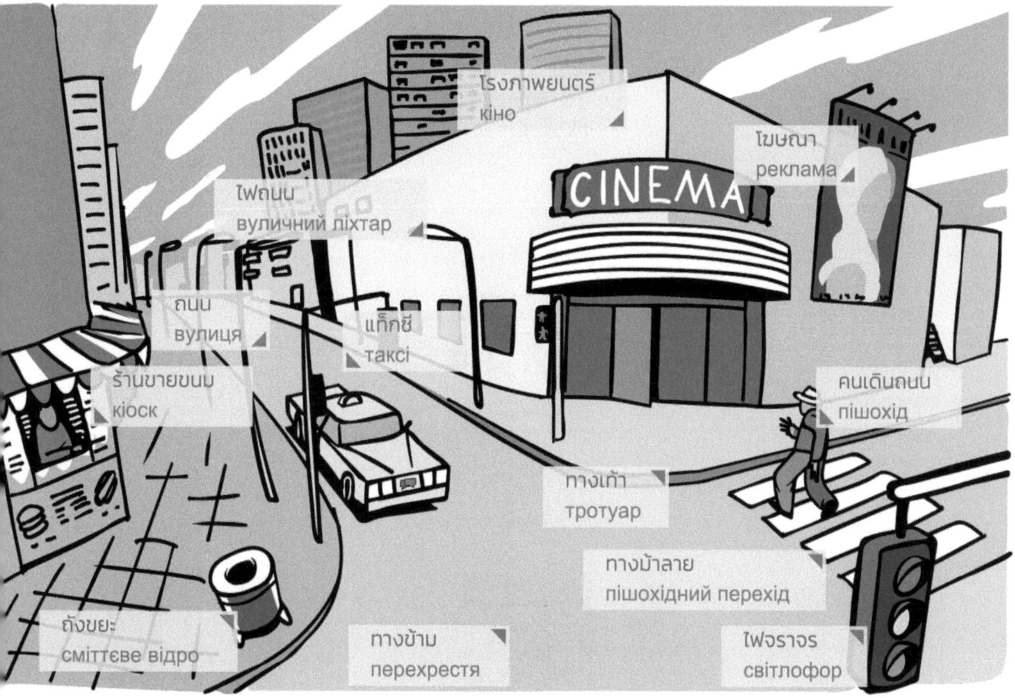

โรงภาพยนตร์
кіно

โฆษณา
реклама

ไฟถนน
вуличний ліхтар

ถนน
вулиця

แท็กซี่
таксі

ร้านขายขนม
кіоск

คนเดินถนน
пішохід

ทางเท้า
тротуар

ทางม้าลาย
пішохідний перехід

ถังขยะ
сміттєве відро

ทางข้าม
перехрестя

ไฟจราจร
світлофор

กระท่อม
хатина

แฟลต
квартира

สถานีรถไฟ
вокзал

ศาลากลางจังหวัด
ратуша

พิพิธภัณฑ์
музей

โรงเรียน
школа

มหาวิทยาลัย
університет

ธนาคาร
банк

โรงพยาบาล
лікарня

โรงแรม
готель

ร้านขายยา
аптека

สำนักงาน
офіс

ร้านขายหนังสือ
книжковий магазин

ร้านค้า
магазин

ร้านขายดอกไม้
квітковий магазин

ซูเปอร์มาร์เก็ต
супермаркет

ตลาด
ринок

ห้างสรรพสินค้า
універмаг

ร้านขายปลา
торговець рибою

ศูนย์การค้า
торговельний центр

ท่าเรือ
гавань

สวนสาธารณะ
парк

ม้านั่ง
лава

สะพาน
міст

บันได
сходи

รถไฟใต้ดิน
метро

อุโมงค์
тунель

ป้ายรถเมล์
автобусна зупинка

บาร์
бар

ร้านอาหาร
ресторан

ตู้ไปรษณีย์
поштова скринька

ป้ายชื่อถนน
вулична табличка

มิเตอร์เก็บค่าจอดรถ
лічильник паркування

สวนสัตว์
зоопарк

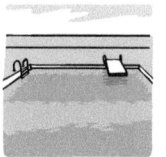

สระว่ายน้ำ
басейн

สุเหร่า/มัสยิด
мечеть

ฟาร์ม

ферма

มลพิษ

забруднення навколишнього середовища

สุสาน

кладовище

โบสถ์

церква

สนามเด็กเล่น

дитячий майданчик

วัด

храм

ภูมิประเทศ
ландшафт

ใบไม้
листок

ป้ายบอกทาง
вказівний стовп

ทาง
шлях

ทุ่งหญ้า
луг

ก้อนหิน
камінь

ต้นไม้
дерево

นักเดินทางไกลด้วยเท้า
мандрівник

แม่น้ำ
річка

หญ้า
трава

ดอกไม้
квітка

หุบเขา
долина

เนินเขา
гора

ทะเลสาบ
озеро

ป่า
ліс

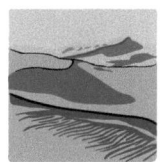

ทะเลทราย
пустеля

ภูเขาไฟ
вулкан

คฤหาสน์
замок

รุ้งกินน้ำ
веселка

เห็ด
гриб

ต้นปาล์ม
пальма

ยุง
комар

แมลงวัน
муха

มด
мурашка

ผึ้ง
бджола

แมงมุม
павук

แมลงปีกแข็ง

жук

กบ

жаба

กระรอก

вивірка

เม่น

їжак

กระต่ายป่า

заєць

นกฮูก

сова

นก

птах

หงส์

лебідь

หมูป่าตัวผู้

кабан

กวาง

олень

กวางมูส

лось

เขื่อน

гребля

กังหันลม

вітряк

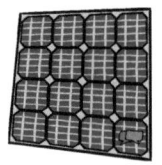

แผงโซล่าเซลล์

сонячний модуль

สภาพอากาศ

клімат

ресторан

บริกรชาย
офіціант
รายการอาหาร
меню
เก้าอี้
стілець
ซุป
суп
พิซซ่า
піца
เครื่องใช้บนโต๊ะอาหาร
столові прилади
ผ้าปูโต๊ะ
скатертина

อาหารเรียกน้ำย่อย

закуска

อาหารจานหลัก

друга страва

ของหวาน

десерт

เครื่องดื่ม

напої

อาหาร

їжа

ขวด

пляшка

อาหารจานด่วน

фаст-фуд

ร้านข้างถนน

вулична їжа

กาน้ำชา

чайник

โถใส่น้ำตาล

цукорниця

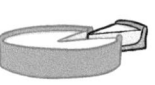

ส่วนแบ่งอาหารสำหรับหนึ่งคน

порція

เครื่องชงกาแฟเอสเปรสโซ่

еспресо-машина

เก้าอี้สูง

високий стільчик

ใบเสร็จ

рахунок

ถาด

піднос

มีด

ніж

ส้อม

вилка

ช้อน

ложка

ช้อนชา

чайна ложка

ผ้าเช็ดปากบนโต๊ะอาหาร

серветка

แก้วน้ำ

склянка

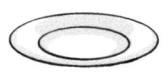

จาน

тарілка

จานซุป

тарілка для супу

จานรอง

блюдце

ซอส

соус

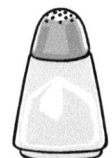

กระปุกเกลือ

солонка

กระปุกบดพริกไทย

млин для перцю

น้ำส้มสายชู

оцет

น้ำมันที่ใช้ปรุงอาหาร

масло

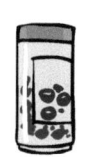

เครื่องเทศ

спеції

ซอสมะเขือเทศ

кетчуп

มัสตาร์ด

гірчиця

มายองเนส

майонез

ซูเปอร์มาร์เก็ต

супермаркет

ข้อเสนอพิเศษ
пропозиція
ลูกค้า
клієнт
ผลิตภัณฑ์ที่ทำจากนม
молочні продукти
ผลไม้
фрукти
รถเข็น
візок для покупок

ร้านขายเนื้อ

м'ясний магазин

ร้านขายขนมปัง

пекарня

ชั่งน้ำหนัก

зважувати

ผัก

овочі

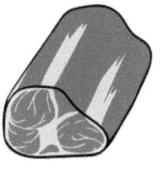

เนื้อ

м'ясо

อาหารแช่แข็ง

заморожені продукти

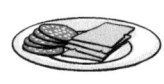

อาหารเนื้อตัดเย็น

ковбасна нарізка

อาหารกระป๋อง

консерви

ผงซักฟอก

пральний порошок

ขนมหวาน/ลูกกวาด

солодощі

ผลิตภัณฑ์ในครัวเรือน

предмети домашнього побуту

ผลิตภัณฑ์ทำความสะอาด

мийний засіб

พนักงานขายหญิง

продавщиця

เครื่องคิดเงิน

каса

พนักงานจ่ายเงิน

касир

รายการซื้อของ

список покупок

เวลาเปิดทำการ

часи роботи

กระเป๋าสตางค์

гаманець

บัตรเครดิต

кредитна картка

กระเป๋า

сумка

ถุงพลาสติก

поліетиленовий пакет

เครื่องดื่ม

напої

น้ำเปล่า

вода

น้ำผลไม้

сік

นม

молоко

โค้ก

кола

ไวน์

вино

เบียร์

пиво

แอลกอฮอล์

алкоголь

โกโก้

какао

ชา

чай

กาแฟ

кава

เอสเปรสโซ่

еспресо

คาปูชิโน่

капучіно

อาหาร

їжа

กล้วย

банан

แอปเปิ้ล

яблуко

ส้ม

апельсин

เมลอน

кавун

มะนาว

лимон

แครอท

морква

กระเทียม

часник

ต้นไผ่

бамбук

หัวหอม

цибуля

เห็ด

гриб

ถั่ว

горішки

ก๋วยเตี๋ยว

локшина

สปาเก็ตตี

спагеті

ข้าว

рис

สลัด

салат

มันฝรั่งทอด

картопля фрі

มันฝรั่งทอด

смажена картопля

พิซซ่า

піца

แฮมเบอร์เกอร์

гамбургер

แซนด์วิช

бутерброд

ชิ้นเนื้อไร้กระดูก

шніцель

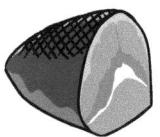

แฮม

шинка

ไส้กรอกแห้งซาลามิ

салямі

ไส้กรอก

ковбаса

ไก่

курка

ย่าง/ปิ้ง

печеня

ปลา

риба

24 อาหาร - Їжа

โจ๊กข้าวโอ๊ต

вівсяні пластівці

ธัญพืชอบกรอบ

мюслі

คอร์นเฟล็ค

кукурудзяні пластівці

แป้งทำอาหาร

борошно

ครัวซองค์

круасан

ขนมปังสโคน

булочка

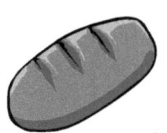

ขนมปัง

хліб

ขนมปังปิ้ง

тостовий хліб

บิสกิต

печиво

เนย

масло

นมข้น

сир

เค้ก

пиріг

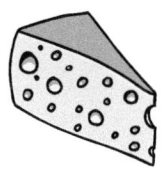

ไข่

яйце

ไข่ดาว

яєчня

ชีส

сир

ไอศกรีม

морозиво

น้ำตาล

цукор

น้ำผึ้ง

мед

แยม

мармелад

ช็อกโกแลตครีมสเปรด

нуга-крем

แกงกะหรี

карі

ฟาร์ม

ферма

บ้านไร่
сільський будинок
ยุ้งฉาง
комора
ก้อนฟาง
солом'яні тюки
ทุ่งนา
поле
ม้า
кінь
รถพ่วง
причіп
ลูกม้า
лоша
รถแทรกเตอร์
трактор
ลา
віслюк
แพะ
вівця
ลูกแกะ
ягня

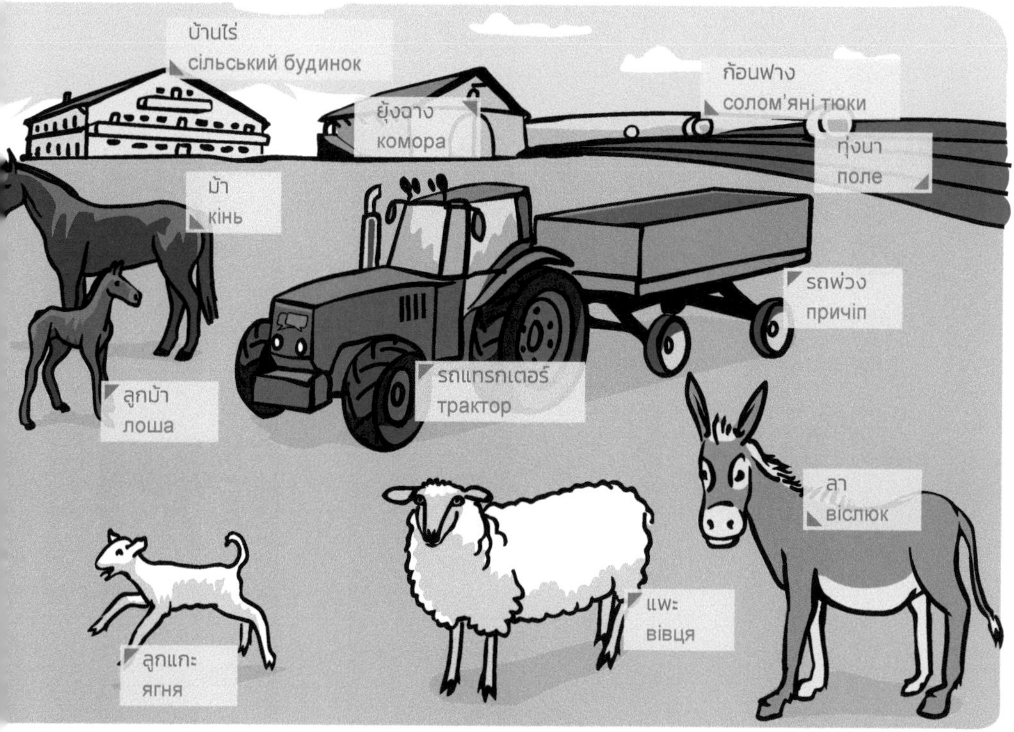

แพะ

коза

วัวตัวเมีย

корова

ลูกวัว

теля

หมู

свиня

ลูกหมู

порося

วัวตัวผู้

бик

ห่าน

гусак

เป็ด

качка

ลูกไก่

курча

แม่ไก่

курка

ไก่ตัวผู้

півень

หนู

щур

แมว

кіт

หนู

миша

วัวตัวผู้สำหรับใช้แรงงานในฟาร์ม

віл

สุนัข

собака

บ้านสุนัข

собача будка

สายยางที่ใช้ในสวน

садовий шланг

บัวรดน้ำต้นไม้

лійка

เคียวด้ามยาว

коса

คันไถ

плуг

เคียว

серп

จอบ

мотика

คราด

вила

ค้อน

сокира

รถเข็นล้อเดียว

тачка

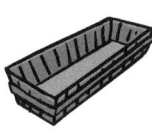

รางน้ำ

корито

ถังใส่นม

бідон молока

กระสอบ

мішок

รั้ว

паркан

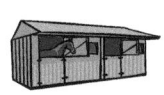

คอกม้า

хлів

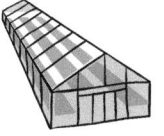

เรือนกระจก

теплиця

ดิน

ґрунт

เมล็ดพืช

насіння

ปุ๋ย

добриво

เครื่องเกี่ยวนวดข้าว

комбайн

เก็บเกี่ยว

пожинати

การเก็บเกี่ยว

урожай

มันเทศ

корінь ямсу

ข้าวสาลี

пшениця

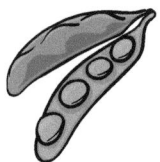

ถั่วเหลือง

соя

มันฝรั่ง

картопля

ข้าวโพด

кукурудза

ดอกเรพซีด

ріпак

ต้นไม้ที่ออกผล

плодове дерево

มันสำปะหลัง

маніок

ธัญพืช

злаки

บ้าน
дім

ปล่องไฟ
димохід
หลังคา
дах
รางน้ำฝน
водостічний лоток
หน้าต่าง
вікно
โรงรถ
гараж
กริ่งหน้าประตู
дзвінок
ประตู
двері
ถังขยะ
відро для сміття
กล่องจดหมาย
поштова скринька
สวน
сад

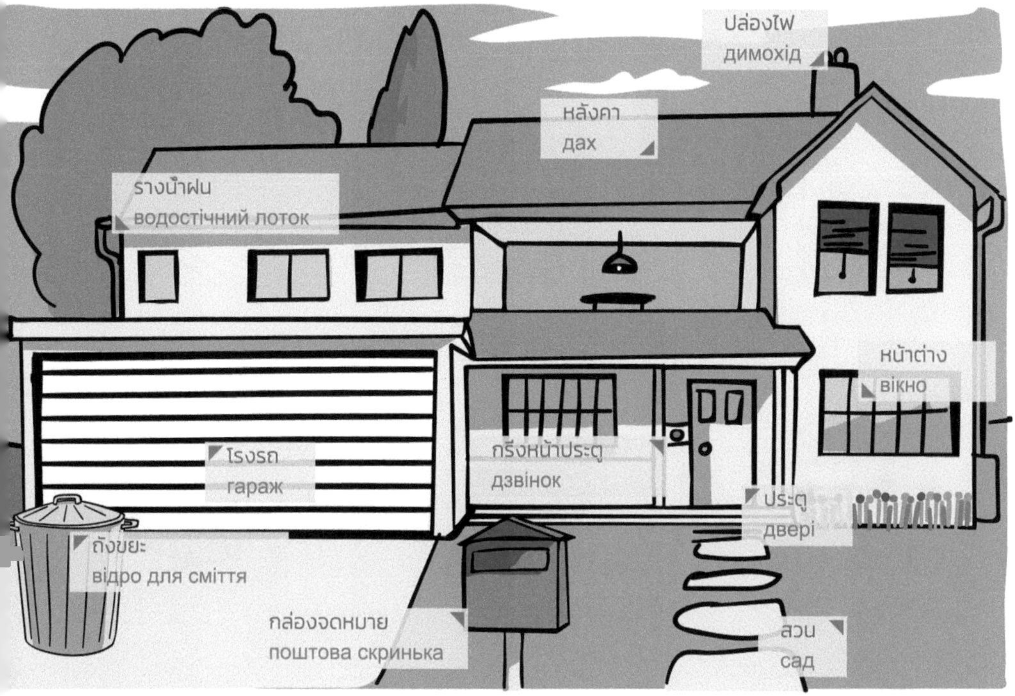

ห้องนั่งเล่น

вітальня

ห้องน้ำ

ванна кімната

ห้องครัว

кухня

ห้องนอน

спальня

ห้องพักสำหรับเด็ก

дитяча кімната

ห้องอาหาร

їдальня

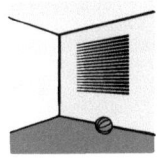

พื้น

підлога

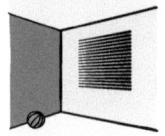

ผนัง

стіна

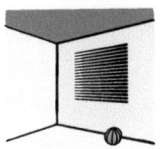

เพดาน

стеля

ห้องเก็บของใต้ดิน

підвал

ซาวน่า

сауна

ระเบียง

балкон

ลานตะพักลำน้ำ

тераса

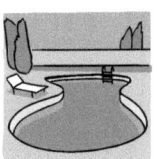

สระว่ายน้ำ

басейн

เครื่องตัดหญ้า

косарка

ผ้าปูที่นอน

простирало

ผ้าคลุมเตียง

ковдра

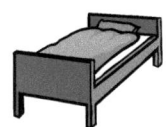

เตียง

ліжко

ไม้กวาด

мітла

ถังน้ำ

відро

สวิตซ์

перемикач

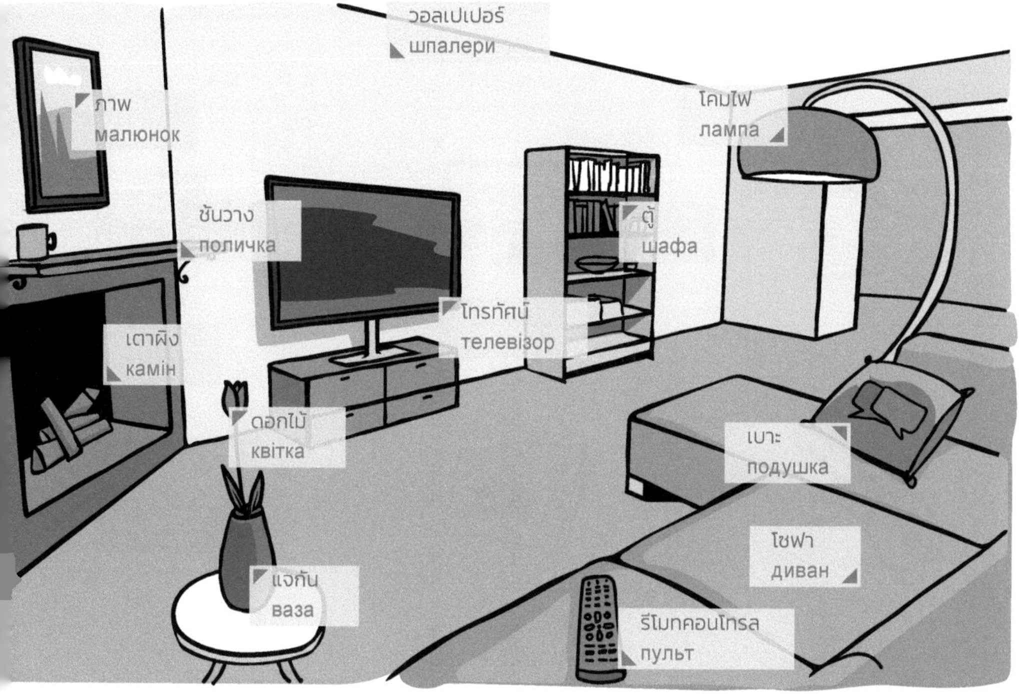

วอลเปเปอร์
шпалери
ภาพ
малюнок
โคมไฟ
лампа
ชั้นวาง
поличка
ตู้
шафа
โทรทัศน์
телевізор
เตาผิง
камін
ดอกไม้
квітка
เบาะ
подушка
โซฟา
диван
แจกัน
ваза
รีโมทคอนโทรล
пульт

พรมเช็ดเท้า

килим

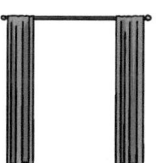

ผ้าม่าน

завіса

โต๊ะ

стіл

เก้าอี้

стілець

เก้าอี้โยก

крісло-гойдалка

เก้าอี้ที่มีที่วางแขน

крісло

หนังสือ

книга

ผ้าห่ม

ковдра

ของตกแต่ง

прикраса

ฟืน

дрова

ภาพยนตร์

фільм

เครื่องเสียงระบบไฮไฟ

стереосистема

กุญแจ

ключ

หนังสือพิมพ์

газета

จิตรกรรม

картина

โปสเตอร์

плакат

วิทยุ

радіо

สมุด

блокнот

เครื่องดูดฝุ่น

пилосос

ตะบองเพชร

кактус

เทียนไข

свічка

ห้องครัว
кухня

ตู้เย็น
холодильник
ไมโครเวฟ
мікрохвильова піч
เครื่องชั่งน้ำหนักอาหาร
кухонні ваги
เครื่องปิ้งขนมปัง
тостер
ผงซักฟอก
мийний засіб
เตาอบ
піч
ช่องแข็งในตู้เย็น
морозильне відділення
ถังขยะ
відро для сміття
เครื่องล้างจาน
посудомийна машина

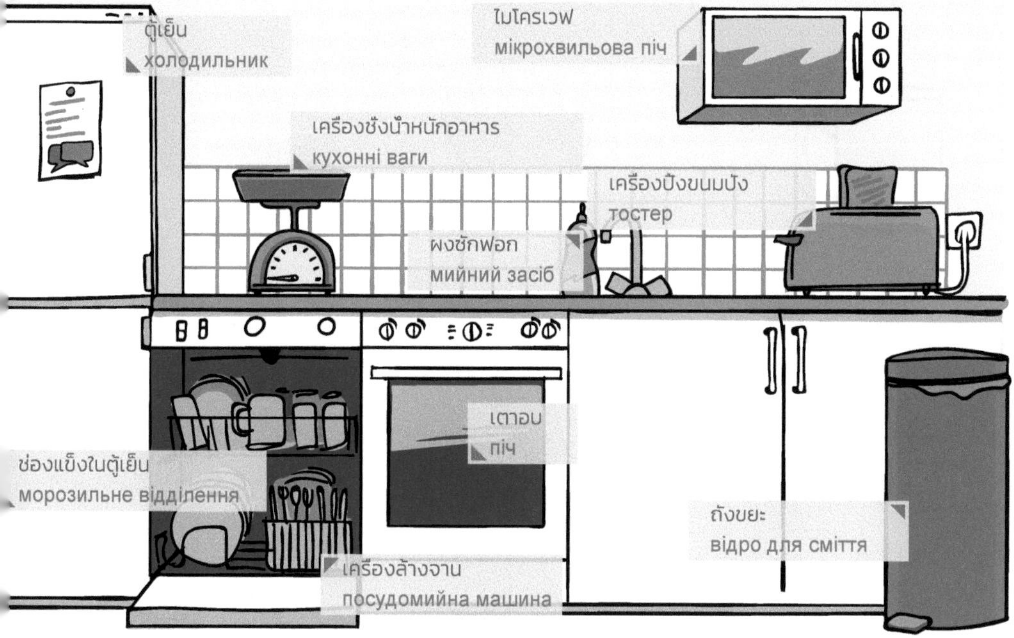

เตาปรุงอาหาร

плита

หม้อ

горщик

หม้อเหล็กหล่อ

чавунний горщик

กระทะจีน

вок / кадай

กระทะ

сковорода

กาต้มน้ำ

чайник

หม้อไอน้ำ

пароварка

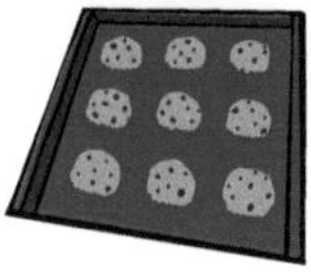

ถาดอบ

лист

เครื่องถ้วยชาม

посуд

เหยือก

кухоль

ชาม

чаша

ตะเกียบ

палички для їжі

ทัพพีด้ามยาว

черпак

ตะหลิว

лопатка

ที่ตีไข่

вінчик для збивання

ที่กรอง

сито

กระชอน

сито

ที่ขูด

терка

ครก

ступка

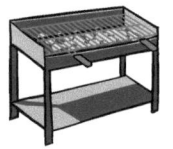

บาร์บีคิว

барбекю

แคมป์ไฟถาวร

багаття

เขียง

дошка

ไม้นวดแป้ง

качалка

สว่านเปิดจุกขวด

штопор

กระป๋อง

консерва

ที่เปิดกระป๋อง

відкривачка

ถุงมือจับของร้อน

прихватки

อ่างล้างจาน

раковина

แปรง

щітка

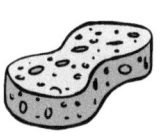

ฟองน้ำ

губка

เครื่องปั่น

міксер

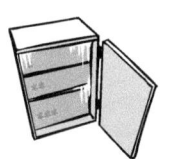

ตู้แช่แข็ง

морозильна камера

ขวดนม

дитяча пляшка

ก๊อกน้ำ

кран

ห้องน้ำ

ванна кімната

ฝักบัว
душ
เครื่องทำความร้อน
опалення
ผ้าเช็ดมือ
рушник
ม่านห้องน้ำ
душова завіса
สบู่ทำฟอง
пініста ванна
อ่างอาบน้ำ
ванна
แก้วน้ำ
склянка
เครื่องซักผ้า
пральна машина
ก๊อกน้ำ
кран
กระเบื้อง
плитка
โถส้วมสำหรับเด็ก
горшок
อ่างล้างจาน
раковина

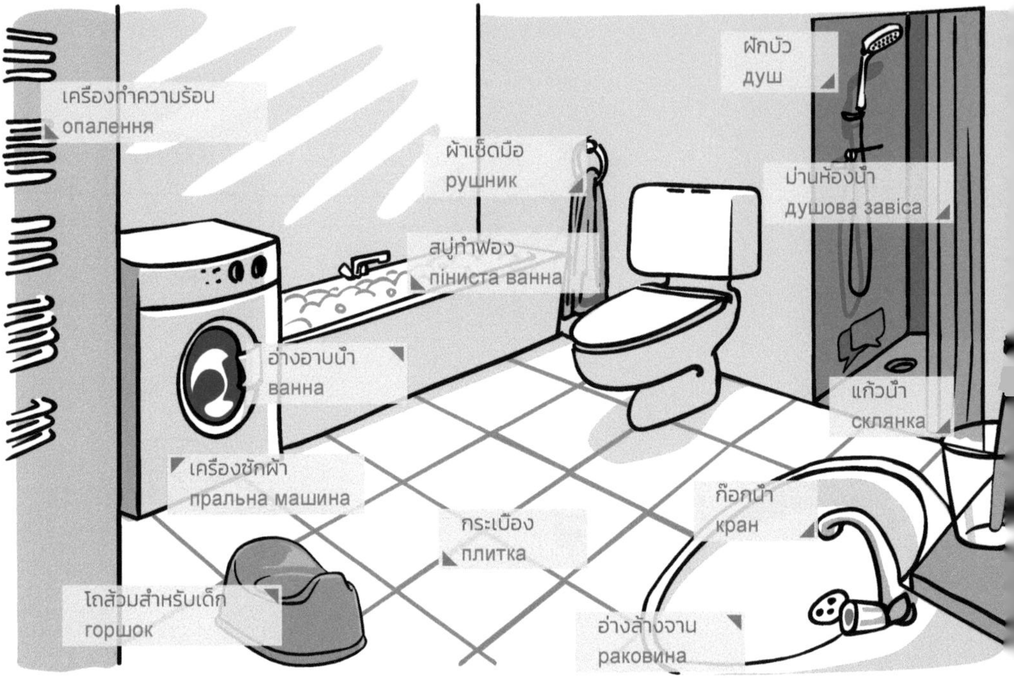

ห้องส้วม

туалет

ส้วมนั่งยอง

підлоговий туалет

โถปัสสาวะหญิง

біде

โถปัสสาวะชาย

пісуар

กระดาษชำระสำหรับใช้ในห้องน้ำ

туалетний папір

แปรงขัดห้องน้ำ

щітка для туалету

38 ห้องน้ำ - ванна кімната

แปรงสีฟัน

зубна щітка

ยาสีฟัน

зубна паста

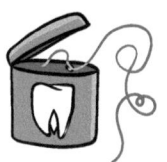

ไหมขัดฟัน

нитка для чищення зубів

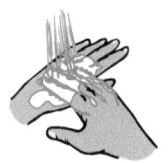

ล้าง

мити

ฝักบัวมือ

ручний душ

สายฉีดชำระ

інтимний душ

อ่างล้างหน้า

таз

แปรงถูหลัง

щітка для спини

สบู่

мило

เจลอาบน้ำ

гель для душу

แชมพู

шампунь

ผ้าสักหลาด

мочалка

ท่อระบายน้ำทิ้ง

водостік

ครีม

крем

ผลิตภัณฑ์ระงับกลิ่นตัว

дезодорант

กระจก

дзеркало

กระจกถือ

косметичне дзеркало

ที่โกนหนวด

бритва

โฟมโกนหนวด

піна для гоління

โลชั่นบำรุงผิวหลังโกนหนวด

лосьйон після гоління

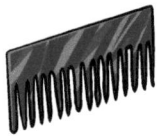

หวี

гребінь

แปรง

щітка

ไดร์เป่าผม

фен

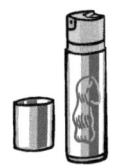

สเปรย์ฉีดผม

лак для волосся

ชุดเครื่องสำอาง

косметика

ลิปสติก

губна помада

น้ำยาทาเล็บ

лак для нігтів

สำลี

вата

กรรไกรตัดเล็บ

ножиці для нігтів

น้ำหอม

парфум

กระเป๋าอาบน้ำ

косметичка

เก้าอี้สามขา

табурет

เครื่องชั่งน้ำหนัก

ваги

เสื้อคลุมอาบน้ำ

халат

ถุงมือยาง

гумові рукавички

ผ้าอนามัยแบบสอด

тампон

ผ้าอนามัย

гігієнічні прокладки

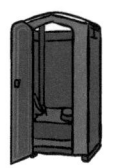

ส้วมเคมี

біотуалет

ห้องพักสำหรับเด็ก

дитяча кімната

นาฬิกาปลุก
будильник
ของเล่นน่ารักน่ากอด
м'яка іграшка
รถยนต์ของเล่น
іграшковий автомобіль
ของเล่นประเภทเขย่าแล้วมีเสียง
брязкальце
บ้านตุ๊กตา
ляльковий будиночок
ของขวัญ
подарунок

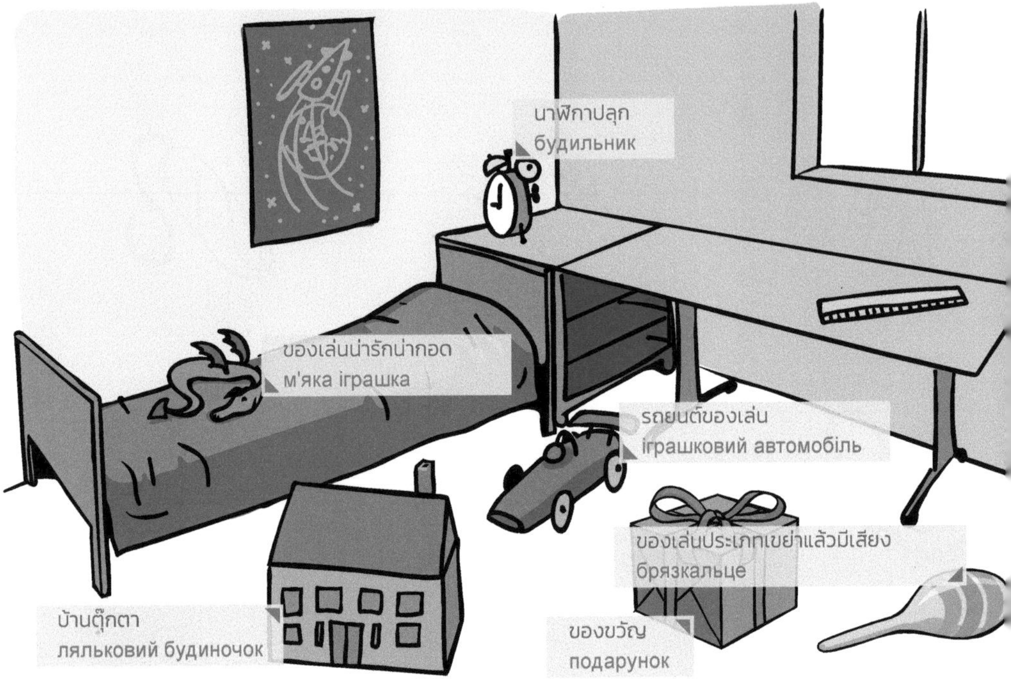

ลูกโป่ง

повітряна кулька

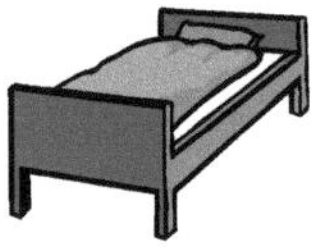

เตียง

ліжко

รถเข็นเด็ก

дитячий візок

สำรับไพ่

картярська гра

จิ๊กซอว์

пазл

หนังสือการ์ตูน

комікс

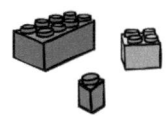

ตัวต่อเลโก้

лего цеглинки

บล็อกของเล่น

блоки

ฟิกเกอร์แบบขยับท่าทางได้

іграшкова фігурка

เสื้อผ้าทารก

повзунки

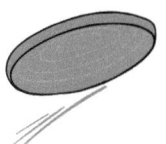

จานร่อน

фризбі

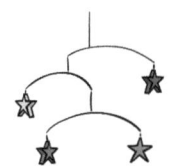

โมบายแขวนหัวเตียงเด็ก

мобіле

เกมกระดาน

настільна гра

ลูกเต๋า

кубик

ชุดรถไฟจำลอง

модель залізнична станція

หุ่น

соска

ปาร์ตี้

вечірка

หนังสือภาพ

книжка з картинками

ลูกบอล

м'яч

ตุ๊กตา

лялька

เล่น

грати

หลุมทราย
пісочниця

ชิงช้า
гойдалка

ของเล่น
іграшка

เครื่องเล่นวิดีโอเกม
гральна консоль

รถจักรยานสามล้อ
триколісний велосипед

ตุ๊กตาหมี
плюшевий мішка

ตู้เสื้อผ้า
шафа

เสื้อผ้า

ОДЯГ

ถุงเท้า
шкарпетки

ถุงน่อง
панчохи

กางเกงรัดรูป
колготки

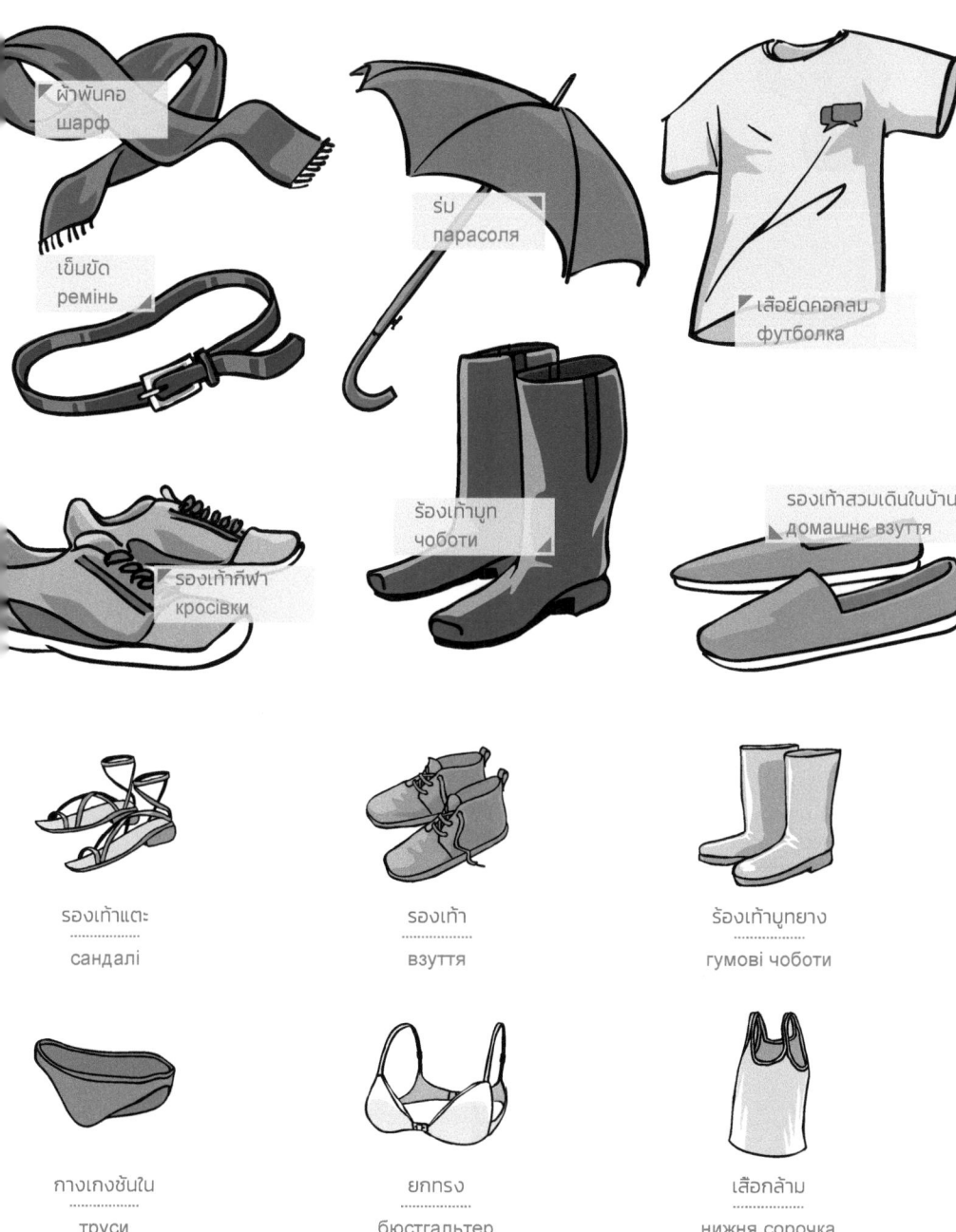

ผ้าพันคอ
шарф

ร่ม
парасоля

เสื้อยืดคอกลม
футболка

เข็มขัด
ремінь

ร้องเท้าบูท
чоботи

รองเท้ากีฬา
кросівки

รองเท้าสวมเดินในบ้าน
домашнє взуття

รองเท้าแตะ

сандалі

รองเท้า

взуття

ร้องเท้าบูทยาง

гумові чоботи

กางเกงชั้นใน

труси

ยกทรง

бюстгальтер

เสื้อกล้าม

нижня сорочка

เสื้อผ้า - одяг

เสื้อรัดรูป
боді

กางเกงขายาว
штани

กางเกงยีน
джинси

กระโปรง
спідниця

เสื้อเชิ้ตสตรี
блузка

เสื้อเชิ้ต
сорочка

เสื้อกันหนาว
пуловер

เสื้อคลุมมีหมวก
светр

เสื้อเบลเซอร์
піджак

เสื้อแจ็กเก็ต
куртка

เสื้อโค้ท
пальто

เสื้อกันฝน
дощовик

เครื่องแต่งกาย
костюм

ชุดเดรส
сукня

ชุดแต่งงาน
весільна сукня

เสื้อสูท
костюм

ชุดราตรี
нічна сорочка

ชุดนอน
піжама

ผ้าส่าหรี
сарі

ฮิญาบ
головна хустка

ผ้าโพกศีรษะ
чалма

เสื้อบุรเกาะ
бурка

เสื้อคลุมคาฟตาน
кафтан

เสื้อคลุมอบายะห์
абая

ชุดว่ายน้ำ
купальник

กางเกงว่ายน้ำ
плавки

กางเกงขาสั้น
шорти

ชุดวอร์ม
ренувальний костюм

ผ้ากันเปื้อน
фартух

ถุงมือ
рукавички

กระดุม

гудзик

แว่นตา

окуляри

กำไลข้อมือ

браслет

สร้อยคอ

ланцюг

แหวน

кільце

ต่างหู

сережка

หมวกแก๊ป

шапка

ที่แขวนเสื้อโค้ท

плічка

หมวกปีกกว้าง

капелюх

เนคไท

краватка

ซิป

застібка-блискавка

หมวกกันน็อก

шолом

สายโยงกางเกง

підтяжки

ชุดนักเรียน

шкільна форма

เครื่องแบบ

уніформа

ผ้ากันเปื้อนเด็ก

нагрудник

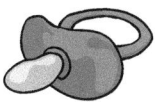

หุ่น

соска

ผ้าอ้อม

підгузок

สำนักงาน

офіс

เซิร์ฟเวอร์
сервер
ตู้เก็บเอกสาร
шаф для документів
ปรินเตอร์/เครื่องพิมพ์
принтер
กระดาษ
папір
หน้าจอ
монітор
โต๊ะทำงาน
письмовий стіл
เมาส์
миша
แฟ้ม
папка
แป้นพิมพ์
синтезатор
ส่เศษกระดาษที่ไม่ใช้แล้ว
для паперу
คอมพิวเตอร์
комп'ютер
เก้าอี้
стілець

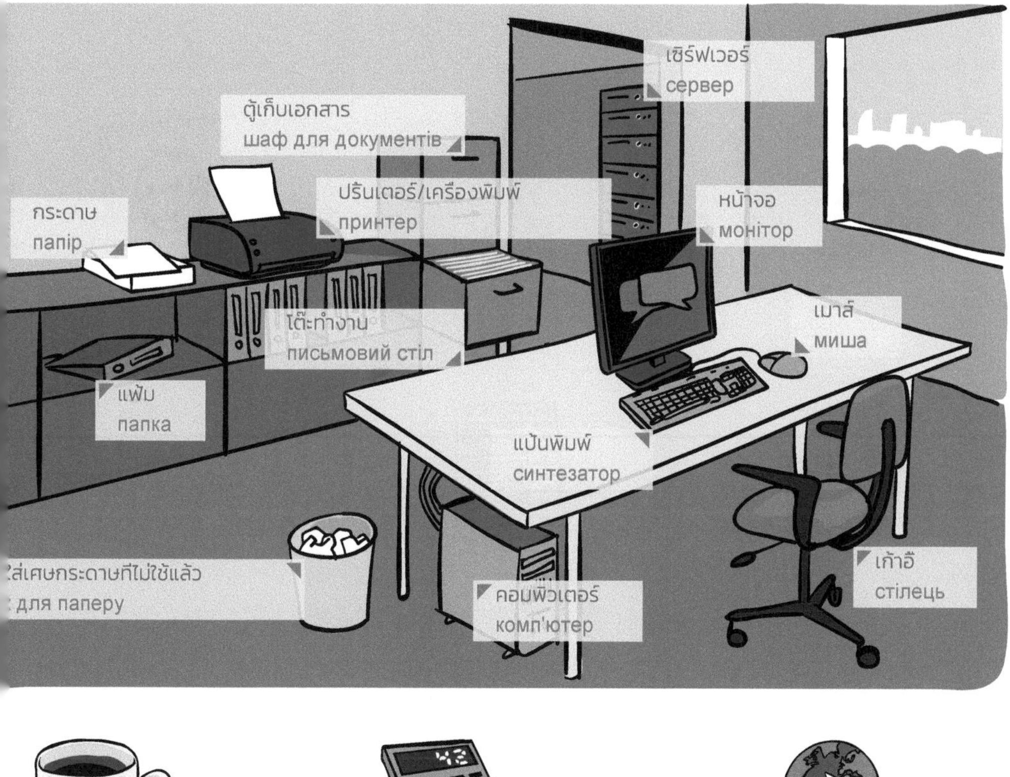

แก้วมัคใส่กาแฟ

кавовий кухоль

เครื่องคิดเลข

калькулятор

อินเตอร์เน็ต

інтернет

คอมพิวเตอร์แบบพกพา

ноутбук

จดหมาย

лист

ข้อความ

повідомлення

โทรศัพท์มือถือ

мобільний телефон

เครือข่าย

мережа

เครื่องถ่ายเอกสาร

копіювальний пристрій

ซอฟต์แวร์

програмне забезпечення

โทรศัพท์

телефон

ปลั๊กตัวเมีย/เต้าเสียบ

розетка

เครื่องแฟกซ์

факс

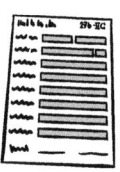

แบบฟอร์ม

бланк

เอกสาร

документ

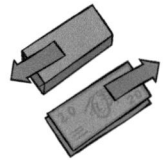

ซื้อ

купувати

จ่าย

платити

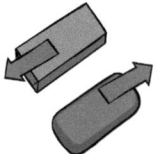

แลกเปลี่ยน

торгувати

เงิน

гроші

ดอลลาร์

долар

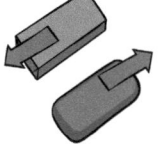

ยูโร

євро

เยน

ієна

รูเบิล

рубль

ฟรังก์สวิส

франк

หยวนเหรินหมินปี้

юанів женьміньбі

รูปี

рупія

เครื่องสำหรับกดเงินสดจากธนาคาร

банкомат

สำนักงานแลกเปลี่ยนเงินตรา

обмінний пункт

ทอง

золото

เงิน

срібло

น้ำมัน

нафта

พลังงาน

енергія

ราคา

ціна

สัญญา

контракт

ภาษี

податок

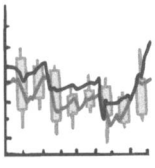

หุ้น

акція

ทำงาน

працювати

ลูกจ้าง

працівник

นายจ้าง

роботодавець

โรงงาน

фабрика

ร้านค้า

магазин

อาชีพ
професії

เจ้าหน้าที่ตำรวจ
поліцейський
พนักงานดับเพลิง
пожежник
พ่อครัว
повар
หมอ
лікар
นักบิน
пілот

ชาวสวน

садівник

ช่างไม้

столяр

ช่างเย็บผ้าที่เป็นผู้หญิง

швачка

ผู้พิพากษา

суддя

นักเคมี

хімік

นักแสดงชาย

актор

คนขับรถประจำทาง

водій автобуса

คนขับรถแท็กซี

таксист

ชาวประมง

рибалка

แม่บ้านทำความสะอาด

прибиральниця

ช่างมุงหลังคา

покрівельник

บริกรชาย

офіціант

นายพราน

мисливець

จิตรกร

художник

คนทำขนมปัง

пекар

ช่างไฟฟ้า

електрик

ช่างก่อสร้าง

будівельник

วิศวกร

інженер

คนขายเนื้อ

забійник

ช่างประปา

бляхар

บุรุษไปรษณีย์

листоноша

ทหาร

солдат

สถาปนิก

архітектор

พนักงานจ่ายเงิน

касир

คนขายดอกไม้

флорист

ช่างทำผม

перукар

พนักงานตรวจตั๋ว

кондуктор

ช่างซ่อมรถยนต์

механік

กัปตัน

капітан

ทันตแพทย์

дантист

นักวิทยาศาสตร์

вчений

แรบไบ

рабин

อิหม่าม

імам

พระ

монах

พระ/นักบวช

пастор

เครื่องมือ

інструменти

молоток
คีม
щипці
викрутка
ประแจ
гайковий ключ
ไฟฉาย
кишеньковий

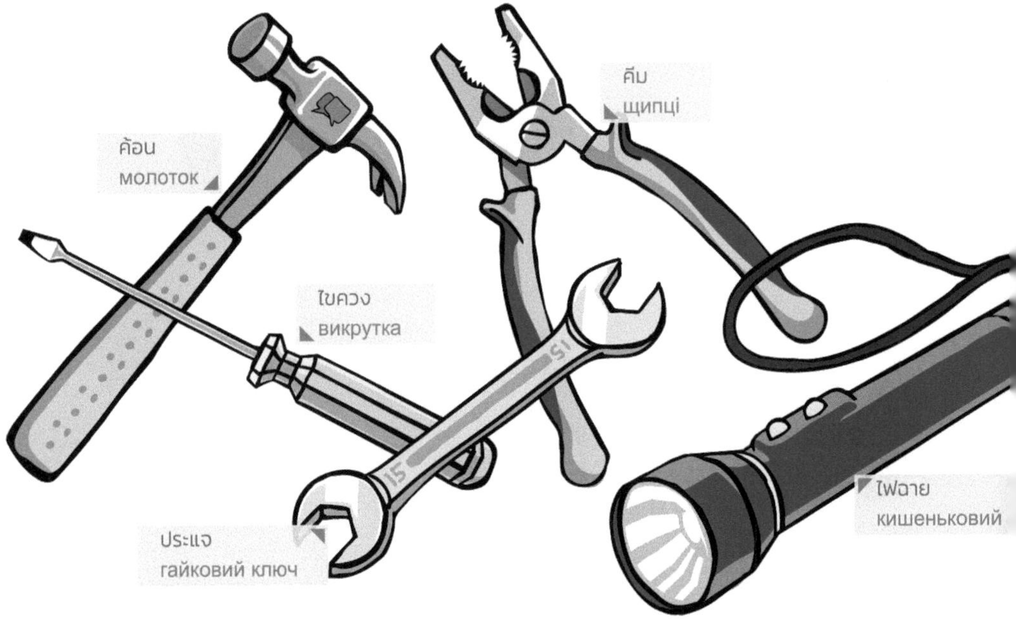

เครื่องขุด

екскаватор

กล่องเครื่องมือ

ящик для інструментів

กระได

драбина

เลื่อย

пилка

ตะปู

цвяхи

สว่าน

свердло

ซ่อมแซม

ремонтувати

พลั่ว

лопата

ตายห่า!

лайно!

ที่โกยขยะ

совок

ถังสี

відро з фарбою

สกรู

гвинти

เครื่องดนตรี

музичні інструменти

ลำโพง
динамік
กลองชุด
ударна установка
กีตาร์
гітара
ดับเบิลเบส
контрабас
ทรัมเป็ต
труба

เปียโน

фортепіано

ไวโอลิน

скрипка

เบส

бас

กลองทิมปานี

литаври

กลอง

барабан

คีย์บอร์ด

клавіатура

แซ็กโซโฟน

саксофон

ฟลูต

флейта

ไมโครโฟน

мікрофон

สวนสัตว์

ทางเข้า
вхід
เสือ
тигр
กรง
клітка
ม้าลาย
зебра
อาหารสัตว์
корм
หมีแพนด้า
панда

สัตว์

тварини

ช้าง

слон

จิงโจ้

кенгуру

แรด

носоріг

กอริลล่า

горила

หมี

ведмідь

อูฐ

верблюд

นกกระจอกเทศ

страус

สิงโต

лев

ลิง

мавпа

นกฟลามิงโก

фламінго

นกแก้ว

папуга

หมีขั้วโลก

білий ведмідь

เพนกวิน

пінгвін

ฉลาม

акула

นกยูง

павич

งู

змія

จระเข้

крокодил

ผู้ดูแลสัตว์

працівник зоопарку

แมวน้ำ

тюлень

เสือจากัวร์

ягуар

ม้าพันธุ์เล็ก

поні

เสือดาว

леопард

ฮิปโป

гіпопотам

ยีราฟ

жираф

เหยี่ยว

орел

หมูป่าตัวผู้

кабан

ปลา

риба

เต่า

черепаха

ช้างน้ำ

морж

จิ้งจอก

лисиця

กาเซลล์

газель

กีฬา

спорт

американський футбол
ขี่จักรยาน
їзда на велосипеді
เทนนิส
теніс
บาสเกตบอล
баскетбол
ว่ายน้ำ
плавання
มวย
бокс
ฮอคกี้น้ำแข็ง
хокей

ฟุตบอล

футбол

แบดมินตัน

бадмінтон

กรีฑา

легка атлетика

แฮนด์บอล

гандбол

สกี

лижні перегони

กีฬาโปโลน้ำ

поло

กระโดด
стрибати

หัวเราะ
сміятися

กอด
обіймати

เดิน
йти

ร้องเพลง
співати

ฝัน
мріяти

ภาวนา/สวดมนต์
молитися

จูบ
цілувати

เขียน
писати

วาดภาพ
малювати

แสดง
показувати

ผลัก
тиснути

ให้
давати

เอาไป
брати

มี

мати

ทำ

робити

เป็น

бути

ยืน

стояти

วิ่ง

бігати

ดึง

тягнути

โยน

кидати

ตก/หล่น

падати

นอนเหยียดยาว

лежати

รอคอย

очікувати

ถือ

носити

นั่ง

сидіти

แต่งตัว

одягати

นอนหลับ

спати

ตื่น

просипатися

มองดู

дивитися

ร้องไห้

плакати

ลูบ

гладити

หวีผม

розчісувати

พูดคุย

розмовляти

เข้าใจ

розуміти

ถาม

питати

ฟัง

слухати

ดื่ม

пити

กิน

їсти

จัดให้เป็นระเบียบ

прибирати

รัก

любити

ทำอาหาร

варити

ขับรถ

їхати

บิน

літати

ล่องเรือ

йти під вітрилом

คำนวณ

рахувати

อ่าน

читати

เรียนรู้

вчитися

ทำงาน

працювати

แต่งงาน

одружуватися

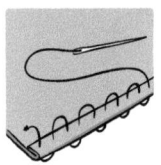

เย็บ

шити

แปรงฟัน

чистити зуби

ฆ่า

убивати

สูบบุหรี่

курити

ส่ง

посилати

ครอบครัว

сім'я

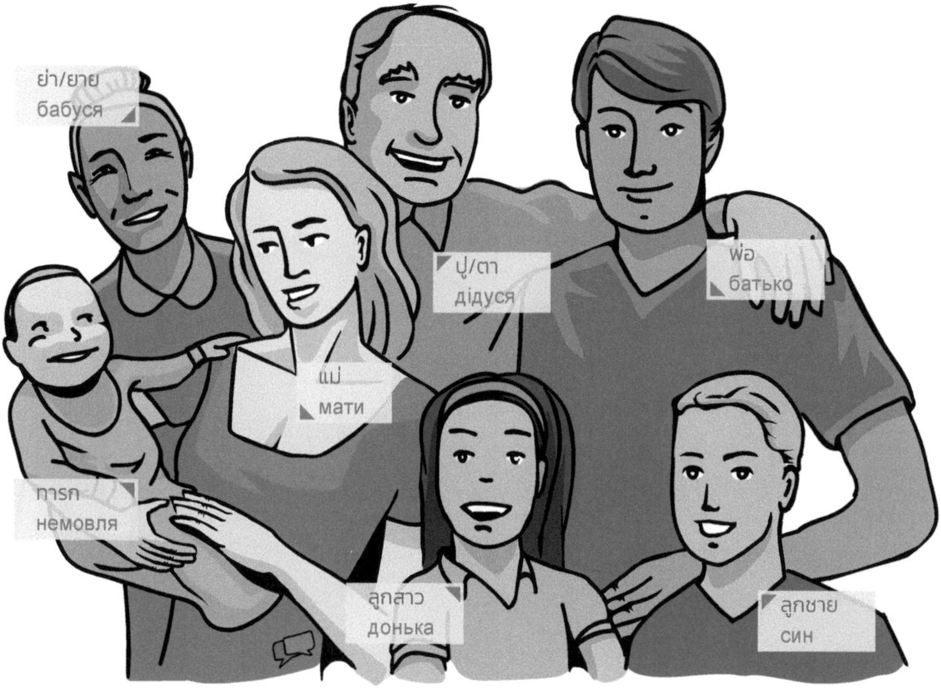
ย่า/ยาย
бабуся
ปู่/ตา
дідуся
พ่อ
батько
แม่
мати
ทารก
немовля
ลูกสาว
донька
ลูกชาย
син

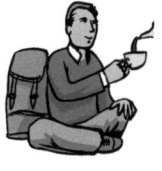

แขก

гість

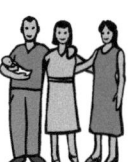

ป้า

тітка

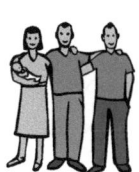

ลุง

дядько

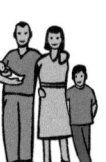

พี่ชาย/น้องชาย

брат

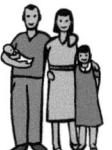

พี่สาว/น้องสาว

сестра

ร่างกาย

тіло

หน้าผาก
чоло
ตา
око
ไหล่
плече
นิ้วมือ
палець
ใบหน้า
обличчя
підборіддя
มือ
кисть
ขา
нога
หน้าอก
груди
แขน
рука

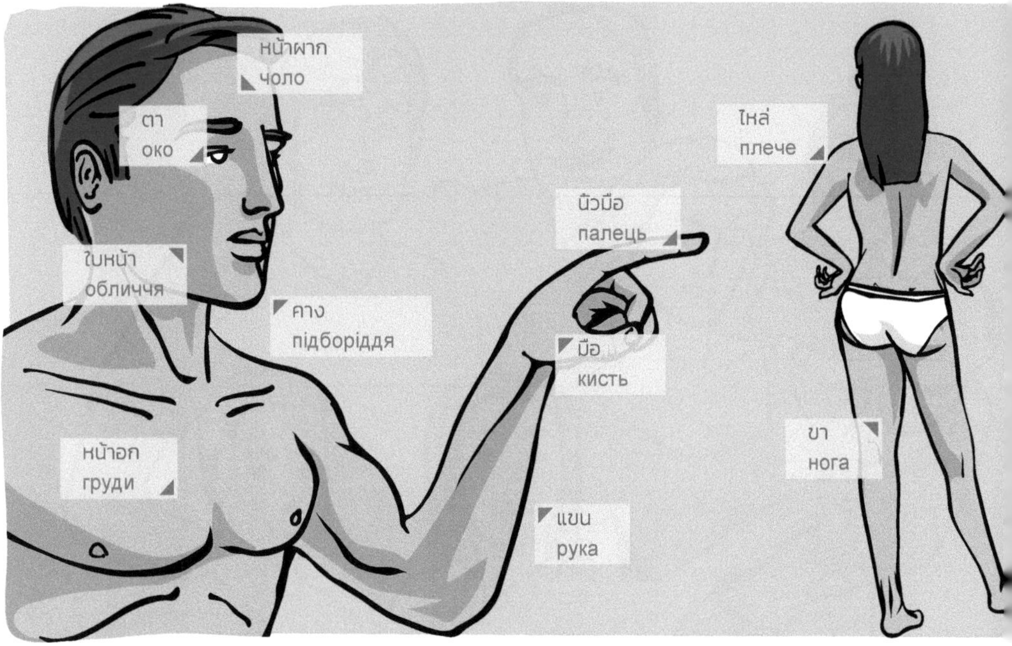

ทารก

немовля

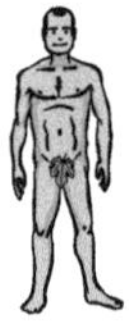

ผู้ชาย

чоловік

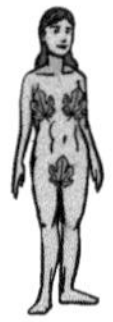

ผู้หญิง

жінка

เด็กผู้หญิง

дівчина

เด็กผู้ชาย

хлопчик

ศีรษะ

голова

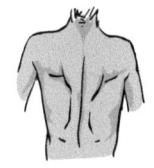

หลัง

спина

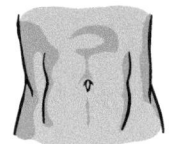

ท้อง

живіт

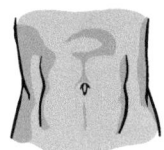

สะดือ

пуп

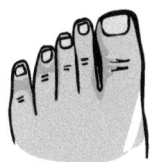

นิ้วเท้า

палець ноги

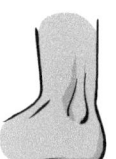

ส้นเท้า

п'ята

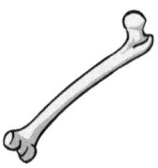

กระดูก

кістка

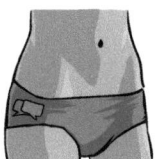

สะโพก

стегно

หัวเข่า

коліно

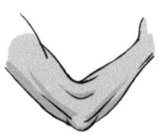

ข้อศอก

лікоть

จมูก

ніс

ก้น

сідниці

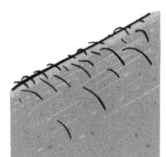

ผิวหนัง

шкіра

แก้ม

щока

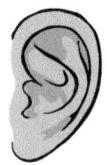

หู

вухо

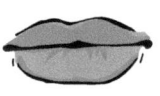

ริมฝีปาก

губа

ปาก

рот

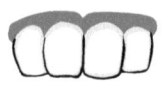

ฟัน

зуб

ลิ้น

язик

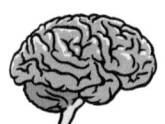

สมอง

мозок

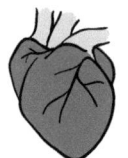

หัวใจ

серце

กล้ามเนื้อ

м'яз

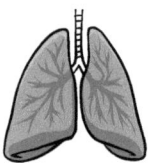

ปอด

легені

ตับ

печінка

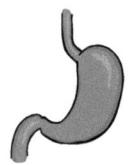

กระเพาะ

шлунок

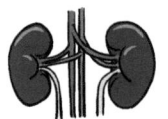

ไต

нирки

เพศสัมพันธ์

статевий акт

ถุงยาง

презерватив

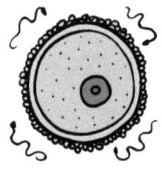

เซลล์ไข่

яйцеклітина

น้ำอสุจิ

сперма

การตั้งครรภ์

вагітність

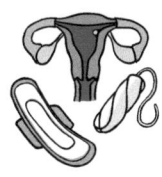

ประจำเดือน

менструація

ช่องคลอด

вагіна

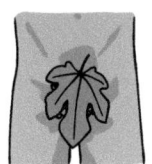

องคชาต

пеніс

คิ้ว

брова

เส้นผม

волосся

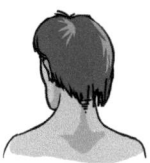

คอ

шия

โรงพยาบาล
лікарня

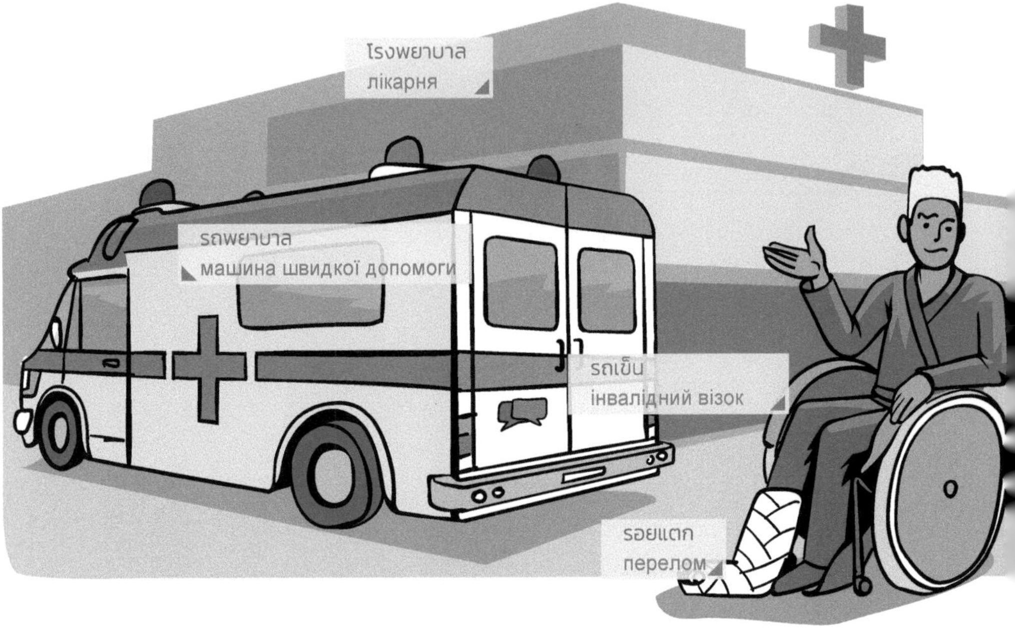

โรงพยาบาล
лікарня
รถพยาบาล
машина швидкої допомоги
รถเข็น
інвалідний візок
รอยแตก
перелом

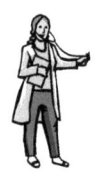

หมอ

лікар

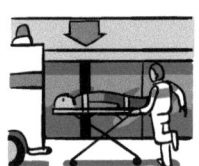

ห้องฉุกเฉิน

відділення швидкої медичної допомоги

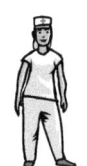

พยาบาล

медсестра

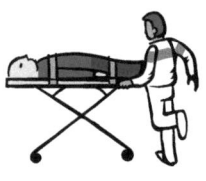

ฉุกเฉิน

аварійний випадок

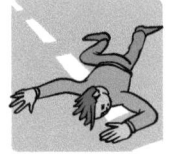

หมดสติ

непритомний

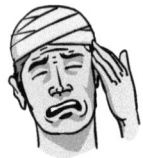

อาการเจ็บปวด

біль

การบาดเจ็บ
травма

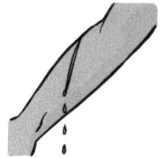

เลือดไหล
кровотеча

หัวใจวาย
інфаркт

โรคหลอดเลือดในสมอง
інсульт

โรคภูมิแพ้
алергія

ไอ
кашель

ไข้
лихоманка

ไข้หวัด
грип

ท้องเสีย
пронос

การปวดหัว
головна біль

มะเร็ง
рак

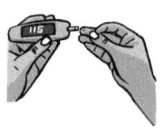

โรคเบาหวาน
діабет

ศัลยแพทย์
хірург

มีดผ่าตัด
скальпель

การผ่าตัด
операція

เครื่องเอกซเรย์คอมพิวเตอร์ความเร็วสูง

КТ

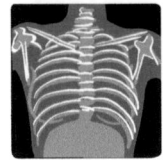

เอกซเรย์

рентген

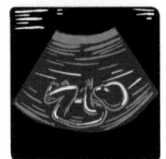

อัลตราซาวด์

ультразвук

หน้ากากอนามัย

маска

โรค

хвороба

ห้องรอตรวจ

зал очікування

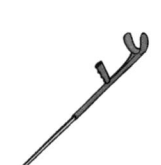

ไม้เท้า

милиця

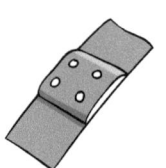

ปลาสเตอร์ยา

пластир

ผ้าพันแผล

пов'язка

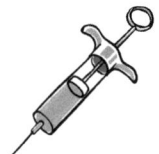

ฉีดยา

ін'єкція

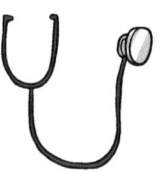

เครื่องฟังตรวจ

стетоскоп

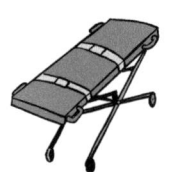

เปลหาม

ноші

ปรอทวัดไข้

термометр

การเกิด

народження

น้ำหนักเกิน

надмірна вага

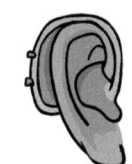

เครื่องช่วยฟัง

слуховий апарат

สารฆ่าเชื้อ

дезінфікуючий засіб

การติดเชื้อ

інфекція

ไวรัส

вірус

เอชไอวี/เอดส์

ВІЛ / СНІД

ยา

медицина

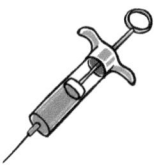

การฉีดวัคซีน

вакцинація

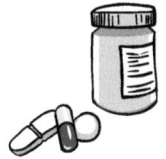

ยาเม็ด

таблетки

ยาเม็ดกลม

протизаплідна пігулка

โทรออกฉุกเฉิน

екстрений виклик

เครื่องวัดความดันโลหิต

тонометр

ป่วย/ สุขภาพดี

хворий / здоровий

ฉุกเฉิน
аварійний випадок

ช่วยด้วย!

Допоможіть!

สัญญาณเตือนภัย

сигнал тривоги

การทำร้าย

напад

การโจมตี

атака

อันตราย

небезпека

ทางออกฉุกเฉิน

аварійний вихід

ไฟไหม้!

Вогонь!

ถังดับเพลิง

вогнегасник

อุบัติเหตุ

аварія

ชุดปฐมพยาบาลเบื้องต้น

аптечка

สัญญาณขอความช่วยเหลือ

СОС

ตำรวจ

поліція

โลก

Земля

ยุโรป

Європа

อเมริกาเหนือ

Північна Америка

อเมริกาใต้

Південна Америка

แอฟริกา

Африка

เอเชีย

Азія

ออสเตรเลีย

Австралія

แอตแลนติก

Атлантика

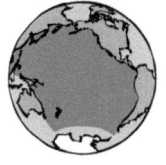

แปซิฟิก

Тихий океан

มหาสมุทรอินเดีย

Індійський океан

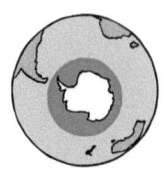

มหาสมุทรแอนตาร์กติก

Антарктичний океан

มหาสมุทรอาร์กติก

Північний Льодовитий океан

ขั้วโลกเหนือ

Північний полюс

ขั้วโลกใต้

Південний полюс

แอนตาร์กติกา

Антарктика

โลก

Земля

พื้นดิน

суша

ทะเล

море

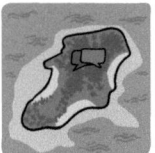

เกาะ

острів

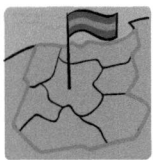

ชาติ/ประชาชาติ

нація

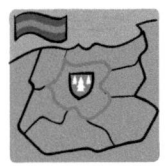

รัฐ

держава

นาฬิกา

годинник

หน้าปัดนาฬิกา

циферблат

เข็มชั่วโมง

годинникова стрілка

เข็มนาที

хвилинна стрілка

เข็มวินาที

секундна стрілка

กี่โมงแล้ว?

Котра година?

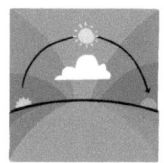

วัน

день

เวลา

час

ตอนนี้

зараз

นาฬิกาดิจิตอล

цифровий годинник

นาที

хвилина

ชั่วโมง

година

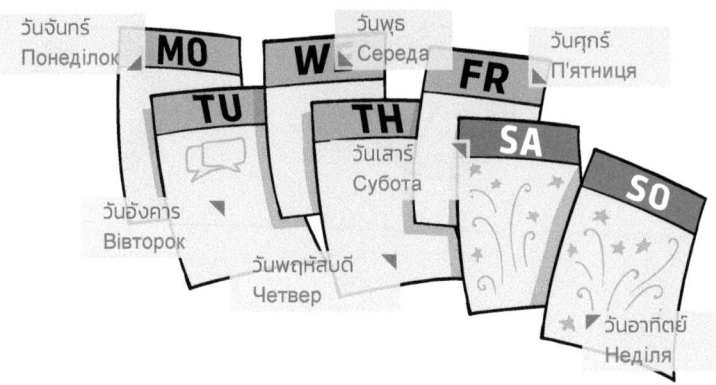

สัปดาห์

тиждень

วันจันทร์
Понеділок
วันอังคาร
Вівторок
วันพุธ
Середа
วันพฤหัสบดี
Четвер
วันศุกร์
П'ятниця
วันเสาร์
Субота
วันอาทิตย์
Неділя

เมื่อวาน

вчора

วันนี้

сьогодні

พรุ่งนี้

завтра

ตอนเช้า

ранок

ตอนเที่ยง

опівдні

ตอนเย็น

вечір

วันทำการ

робочі дні

วันสุดสัปดาห์

кінець робочого тижня

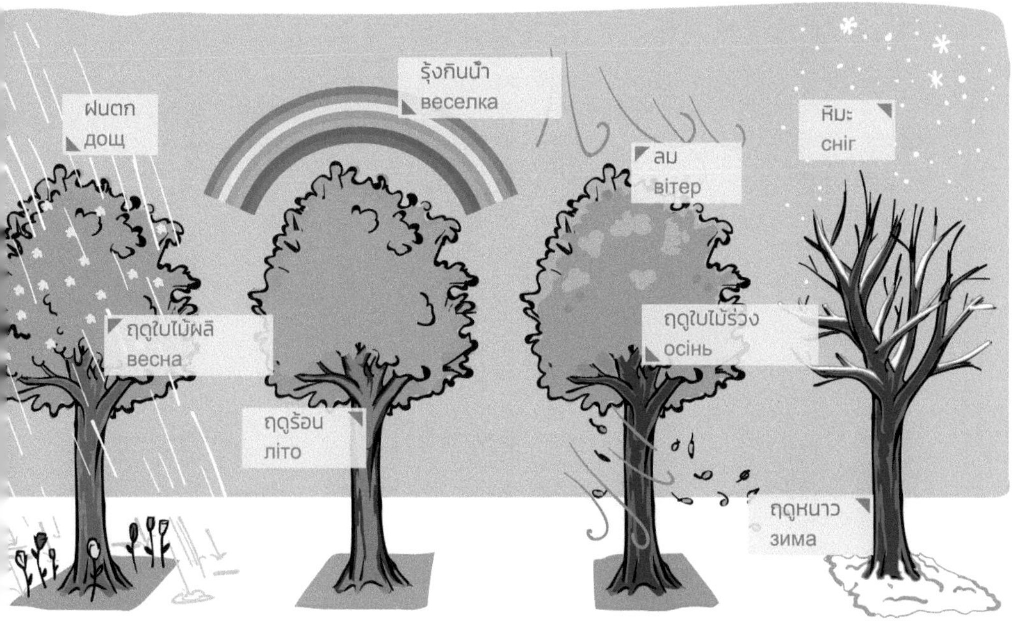

ฝนตก
дощ
รุ้งกินน้ำ
веселка
ลม
вітер
หิมะ
сніг
ฤดูใบไม้ผลิ
весна
ฤดูร้อน
літо
ฤดูใบไม้ร่วง
осінь
ฤดูหนาว
зима

4.APRIL 11°
5.APRIL 4°
6.APRIL 13°
7.APRIL 8°
8.APRIL 10°

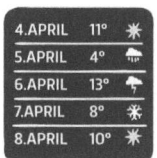

การพยากรณ์อากาศ

прогноз погоди

F C
120 40
90 30
60 20
30 10
0 0
-30 -10
-20

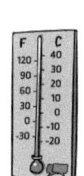

เครื่องวัดอุณหภูมิ

термометр

แสงแดด

сонячне світло

ก้อนเมฆ

хмара

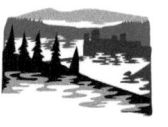

หมอก

туман

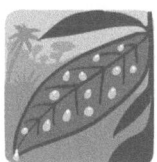

ความชื้น

вологість повітря

ฟ้าแลบ/ฟ้าผ่า

блискавка

ฟ้าร้อง

грім

พายุ

шторм

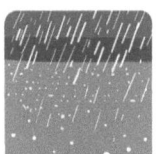

ลูกเห็บ

град

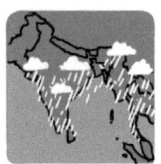

ลมมรสุม

мусон

น้ำท่วม

повінь

น้ำแข็ง

лід

มกราคม

Січень

กุมภาพันธ์

Лютий

มีนาคม

Березень

เมษายน

Квітень

พฤษภาคม

Травень

มิถุนายน

Червень

กรกฎาคม

Липень

สิงหาคม

Серпень

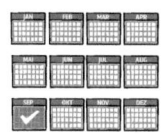

กันยายน

Вересень

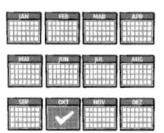

ตุลาคม

Жовтень

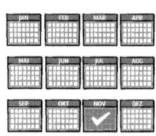

พฤศจิกายน

Листопад

ธันวาคม

Грудень

รูปร่าง

форми

วงกลม

круг

สี่เหลี่ยม

квадрат

สี่เหลี่ยมผืนผ้า

прямокутник

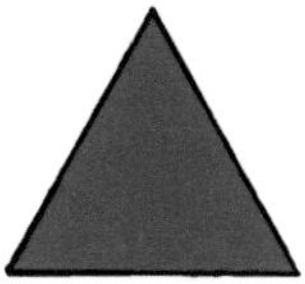

สามเหลี่ยม

трикутник

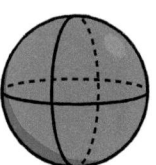

ทรงกลม

куля

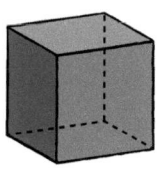

ลูกบาศก์

куб

สี
фарби

ขาว

білий

เหลือง

жовтий

ส้ม

помаранчевий

ชมพู

рожевий

แดง

червоний

ม่วง

фіолетовий

ฟ้า

синій

เขียว

зелений

น้ำตาล

коричневий

เทา

сірий

ดำ

чорний

มาก/ น้อย

багато / мало

ฉุนเฉียว/ สงบ

лютий / мирний

สวยงาม/ น่าเกลียด

гарний / бридкий

เริ่มต้น/ จบ

початок / кінець

ใหญ่/ เล็ก

великий / малий

สว่าง/ มืด

світлий / темний

ชาย,พีชาย/ น้องสาว,พีสาว

брат / сестра

สะอาด/ สกปรก

чистий / брудний

สมบูรณ์/ ไม่สมบูรณ์

завершений / незавершений

กลางวัน/ กลางคืน

день / ніч

ตาย/ มีชีวิต

мертвий / живий

กว้าง/ แคบ

широкий / вузький

กินได้/ กินไม่ได้

їстівний / неїстівний

ชั่วร้าย/ ใจดี

злий / дружній

น่าตื่นเต้น/ น่าเบื่อ

збуджений / нудьгуючий

อ้วน/ ผอม

товстий / тонкий

อย่างแรก/ สุดท้าย

спочатку / востаннє

เพื่อน/ ศัตรู

друг / ворог

เต็ม/ ว่างเปล่า

повний / порожній

แข็ง/ นุ่ม

жорсткий / м'який

หนัก/ เบา

важкий / легкий

หิว/ กระหายน้ำ

голод / спрага

ป่วย/ สุขภาพดี

хворий / здоровий

ผิดกฎหมาย/ ถูกกฎหมาย

незаконний / законний

ฉลาด/ โง่

розумний / дурний

ซ้าย/ ขวา

вліво / вправо

ใกล้/ ไกล

поруч / далеко

ใหม่/ ใช้แล้ว

новий / використаний

ไม่มี/ บางสิ่งบางอย่าง

нічого / щось

แก่/ หนุ่ม

старий / молодий

เปิด/ปิด

вкл / викл

เปิด/ ปิด

відкрито / закрито

เงียบ/ ดัง

тихо / гучно

รวย/ จน

багатий / бідний

ถูก/ ผิด

правильно / неправильно

ขรุขระ/ เรียบ

шорсткий / гладкий

เศร้า/ ดีใจ

сумний / щасливий

สั้น/ ยาว

короткий / довгий

ช้า/ เร็ว

повільно / швидко

เปียก/ แห้ง

вологий / сухий

อบอุ่น/ หนาวเย็น

гарячий / холодний

สงคราม/ สันติภาพ

війна / мир

เลข/จำนวน

числа

0	1	2
ศูนย์	หนึ่ง	สอง
нуль	один	два
3	4	5
สาม	สี่	ห้า
три	чотири	п'ять
6	7	8
หก	เจ็ด	แปด
шість	сім	вісім
9	10	11
เก้า	สิบ	สิบเอ็ด
дев'ять	десять	одинадцять

12
สิบสอง
дванадцять

13
สิบสาม
тринадцять

14
สิบสี่
чотирнадцять

15
สิบห้า
п'ятнадцять

16
สิบหก
шістнадцять

17
สิบเจ็ด
сімнадцять

18
สิบแปด
вісімнадцять

19
สิบเก้า
дев'ятнадцять

20
ยี่สิบ
двадцять

100
หนึ่งร้อย
сто

1.000
หนึ่งพัน
тисяча

1.000.000
หนึ่งล้าน
мільйон

ภาษา

мови

ภาษาอังกฤษ

англійська

ภาษาอังกฤษแบบอเมริกัน

американська англійська

ภาษาจีนแมนดาริน

китайська високочиновницька

ภาษาฮินดี

хінді

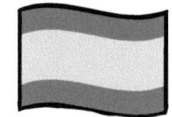

ภาษาสเปน

іспанська

ภาษาฝรั่งเศส

французька

ภาษาอาหรับ

арабська

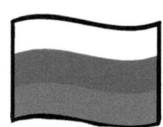

ภาษารัสเซีย

російська

ภาษาโปรตุเกส

португальська

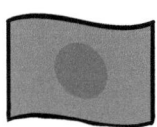

ภาษาเบงกอล

бенгальська

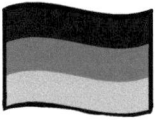

ภาษาเยอรมัน

німецька

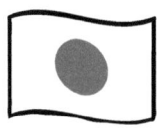

ภาษาญี่ปุ่น

японська

ใคร / อะไร / อย่างไร

хто / що / як

ฉัน

я

เธอ

ти

เขา / หล่อน / มัน

він / вона / воно

พวกเรา

ми

พวกคุณ

ви

พวกเขา

вони

ใคร?

хто?

อะไร?

що?

อย่างไร?

як?

ที่ไหน?

де?

เมื่อไหร่?

коли?

ชื่อ

ім'я

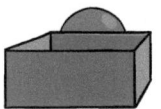

ที่ไหน

де

ข้างหลัง

ззаду

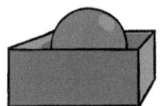

ใน

в

ข้างหน้า

перед

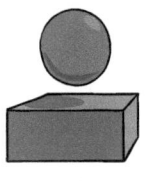

เหนือ

над

บน

на

ใต้

під

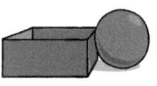

ด้านข้าง

біля

ระหว่าง

між

ตำแหน่ง

місце